I0157250

Printed in the USA

Vietnamese Language: 101 Vietnamese Verbs

By Thian Nguy

Contents

VIETNAMESE VERB

The Vietnamese vocabulary system has many verbs which occupy, that is stand for, a large number of words. This is mainly due to the frequency in which these verbs are used in Vietnamese daily life, due to either their indication action, emotion or state.

The Vietnamese language consists of two types of verbs: transitive and intransitive. Transitive verbs are action verbs, and usually need a direct object to receive the action of a verb. For example: He painted the wall. Intransitive verbs on the other hand, are the opposite of transitive verbs in that they do not need an object. For example: He ran. It should also be noted that some verbs can apply to both of these, in which case they are transitive as well as intransitive.

Using Vietnamese verbs is much simpler than using verbs in Western languages. The reason for this is that, in Vietnamese, verbs are not conjugated. In addition, as an isolating language, words in Vietnamese always keep their forms.

In order to change the tense of words such as "đã", "đang", "rồi", "sẽ", adverbs of time such as, "bây giờ" (now) ; "sau đó" (then); "hôm nay"(today) ; "ngày mai" (tomorrow); "tối nay" (tonight); "hôm qua" (yesterday) are added into the sentences.

SIMPLE PRESENT TENSE

Verbs in the present tense can combine with many different subjects to create full sentences. However, in this case, the infinitive form remains unchanged.

Example:

Tôi **ngủ** / I **sleep**

Anh ấy **ngủ** / He **sleep**s. ("Anh ấy" means "He")

PRESENT CONTINUOUS TENSE

To properly indiciate the Present Continuous Tense, "đang" is placed right before the verb in a sentence. Sometimes, "đang" can also be placed right before the verb and/or an adverb of time, such as "bây giờ" (now), at the beginning of a sentence as well.

1

Example:

Tôi *đang* **ngủ** / I am **sleep**ing

Anh ấy *đang* **ngủ** / He is **sleep**ing ("Anh ấy" means "He")

Bây giờ anh ấy *đang* **ngủ**/ He is **sleep**ing now

SIMPLE PAST TENSE

The Past Tense can be indicated by the word "rồi/already" at the end of the sentence, or the word "đã/already" before the verb. If "đã" and "rồi" appear at the same time, this indicates the action happened in the past. If only "rồi" is at the end of the sentence, the sentence is more informal. If only "đã" is used, the sentence has a more formal tone.

Time adverbs, such as "hôm qua"(yesterday), "tuần trước"(last week), "tháng trước"(last month), "năm trước"(last year), can all be used to replace "đã" and "rồi" in order to show that an activity happened in the past. In other cases, adverbs of time can combine with đã" and/ or "rồi" when discussing the past tense, as a way to express a specific time in the past. However, whenever đã", "rồi" and adverbs of time are used in a sentence, either together or alone, the sentence is always in the past tense.

Example:

Anh ấy *đã* **ăn** táo/ *rồi*/ He **ate** apple.

Anh ấy *đã* **ăn** táo/ He **ate** apple.

Anh ấy **ăn** táo *rồi*/ He **ate** apple.

Hôm qua anh ấy **ăn** táo/ He **ate** apple yesterday.

Hôm qua anh ấy *đã* **ăn** táo *rồi* / He **ate** apple yesterday

Hôm qua anh ấy *đã* **ăn** táo / He **ate** apple yesterday

Hôm qua anh ấy **ăn** táo *rồi* / He **ate** apple yesterday.

PAST CONTINUOUS TENSE

The form of the Past Continuous Tense is very similar to the Present Continuous Tense. However, the tenses differ through adverbs of time. In order to determine what form is being used, simply place "đang" in front of both the verb as well as the adverb of time at either the beginning or end of the sentence. These adverbs can include "hôm qua" (yesterday), "tuần trước"(last week), "tháng trước"(last month) and "năm trước"(last year). In the Present Continuous Tense the adverb of time is not compulsory, but in the Past Continuous Tense the adverb of time is.

Example:

"Hôm qua, lúc anh ấy **đang ăn** táo,"

"Yesterday, while he was **eating** the apple,"

FUTURE TENSE

The easiest way to establish that a sentence is in the future tense is to put the word "sẽ"(which means will) in front of the verb. You can also add adverbs of time, such as "ngày mai"(tomorrow), "tuần tới" (next week), "tháng sau" (next month), "năm sau"(next year), at the beginning or end of a sentence.

Example:

Tôi *sẽ* **học** / I will **study**.

Ngày mai tôi **sẽ học** / I will **study** tomorrow.

Ngày mai tôi **học** / I will **study** tomorrow.

PRESENT PERFECT/ PAST PERFECT

In Vietnamese, the words "vừa/vừa mới/mới"", which are the equivalent of the English word "just", are added right before verbs as a way to indicate the present perfect or past perfect.

Example:

Tôi vừa mới ngủ dậy/I have just **woken up**.

Tối qua tôi **vừa về nhà** thì trời mưa/Last night I had just **come home** when it rained.

Tôi mới **mua** nhà/I have just **bought** a house.

However, in some cases, "đã" (which means already) placed before the verb, or prepositions such as as "trong/for" or "khoảng/around" placed before the time adverb, are the signal of the present perfect/past perfect.

Example:

Tôi **đã dạy** Toán khoảng 10 năm/ I have **taught** English for ten years.

VOICE

Just as with English, there are two forms of voice in the Vietnamese language. These are the Active Voice and the Passive Voice. To indicate the Passive Voice, "được" and "bị" are placed right before the main verb.

Example:

Tôi *được* **tặng** một cuốn sách / I was **given** a book.

Anh ấy *bị* **đánh** / He was **beaten**

Overall, verbs in Vietnamese are very simple. This is mainly due to the fact that verbs are not conjugated. Rather, context, as well as the words around the verb are what determines the tense of a sentence. Vietnamese words also have no stress, which can make foreigners learning the language feel more at ease. However, this simplicity also makes it more difficult for native Vietnamese speakers to become more acquainted to different parts of Western languages, such as past participle, regular and irregular verbs, as well as the definition of perfect tense.

1. To accept : chấp nhận

Present Tense	chấp nhận
Continuous Tense	*đang* chấp nhận
Past Tense	*đã* chấp nhận
Future Tense	*sẽ* chấp nhận
Perfect Tense	*vừa mới* chấp nhận

2. To admit : thừa nhận

Present Tense	thừa nhận
Continuous Tense	*đang* thừa nhận
Past Tense	*đã* thừa nhận
Future Tense	*sẽ* thừa nhận
Perfect Tense	*vừa mới* thừa nhận

3. To answer : trả lời

Present Tense	trả lời
Continuous Tense	*đang* trả lời
Past Tense	*đã* trả lời

Future Tense	_**sẽ**_ trả lời
Perfect Tense	_**vừa mới**_ trả lời

4. To appear : xuất hiện

Present Tense	xuất hiện
Continuous Tense	_**đang**_ xuất hiện
Past Tense	_**đã**_ xuất hiện
Future Tense	_**sẽ**_ xuất hiện
Perfect Tense	_**vừa mới**_ xuất hiện

5. To ask : hỏi

Present Tense	hỏi
Continuous Tense	_**đang**_ hỏi
Past Tense	_**đã**_ hỏi
Future Tense	_**sẽ**_ hỏi
Perfect Tense	_**vừa mới**_ hỏi

6. To be : thì, là

Present Tense	thì, là

Continuous Tense	*đang* là
Past Tense	*đã* là
Future Tense	*sẽ* là
Perfect Tense	*vừa mới* là

7. To be able to : có khả năng

Present Tense	có khả năng
Continuous Tense	*not available*
Past Tense	*đã* có khả năng
Future Tense	*sẽ* có khả năng
Perfect Tense	vừa mới có khả năng

8. To become : trở thành

Present Tense	trở thành
Continuous Tense	*đang* trở thành
Past Tense	*đã* trở thành
Future Tense	*sẽ* trở thành
Perfect Tense	*vừa mới* trở thành

9. To begin : bắt đầu

Present Tense	bắt đầu
Continuous Tense	*đang* bắt đầu
Past Tense	*đã* bắt đầu
Future Tense	*sẽ* bắt đầu
Perfect Tense	*vừa mới* bắt đầu

10. To break : làm vỡ, làm gãy

Present Tense	làm vỡ
Continuous Tense	*đang* làm vỡ
Past Tense	*đã* làm vỡ
Future Tense	*sẽ* làm vỡ
Perfect Tense	*vừa mới* làm vỡ

11. To breathe : thở

Present Tense	thở
Continuous Tense	*đang* thở
Past Tense	*đã* thở
Future Tense	*sẽ* thở

Perfect Tense	*vừa mới* thở

12. To buy : mua

Present Tense	mua
Continuous Tense	*đang* mua
Past Tense	*đã* mua
Future Tense	*sẽ* mua
Perfect Tense	*vừa mới* mua

13. To call : gọi

Present Tense	gọi
Continuous Tense	*đang* gọi
Past Tense	*đã* gọi
Future Tense	*sẽ* gọi
Perfect Tense	*vừa mới* gọi

14. To can : có thể

Present Tense	có thể
Continuous Tense	*đang* có thể

Past Tense	**_đã_** có thể
Future Tense	**_sẽ_** có thể
Perfect Tense	vừa mới có thể

15. To choose : lựa chọn

Present Tense	lựa chọn
Continuous Tense	**_đang_** lựa chọn
Past Tense	**_đã_** lựa chọn
Future Tense	**_sẽ_** lựa chọn
Perfect Tense	**_vừa mới_** lựa chọn

16. To close : đóng

Present Tense	đóng
Continuous Tense	**_đang_** đóng
Past Tense	**_đã_** đóng
Future Tense	**_sẽ_** đóng
Perfect Tense	**_vừa mới_** đóng

17. To come : đến, tới

Present Tense	đến
Continuous Tense	*đang* đến
Past Tense	*đã* đến
Future Tense	*sẽ* đến
Perfect Tense	*vừa mới* đến

18. To cook : nấu

Present Tense	nấu
Continuous Tense	*đang* nấu
Past Tense	*đã* nấu
Future Tense	*sẽ* nấu
Perfect Tense	*vừa mới* nấu

19. To cry : khóc

Present Tense	khóc
Continuous Tense	*đang* khóc
Past Tense	*đã* khóc
Future Tense	*sẽ* khóc
Perfect Tense	*vừa mới* khóc

20. To dance : nhảy múa, khiêu vũ

Present Tense	nhảy múa
Continuous Tense	**_đang_** nhảy múa
Past Tense	**_đã_** nhảy múa
Future Tense	**_sẽ_** nhảy múa
Perfect Tense	**_vừa mới_** nhảy múa

21. To decide : quyết định

Present Tense	quyết định
Continuous Tense	**_đang_** quyết định
Past Tense	**_đã_** quyết định
Future Tense	**_sẽ_** quyết định
Perfect Tense	**_vừa mới_** quyết định

22. To decrease : làm giảm

Present Tense	làm giảm
Continuous Tense	**_đang_** làm giảm
Past Tense	**_đã_** làm giảm
Future Tense	**_sẽ_** làm giảm
Perfect Tense	**_vừa mới_** làm giảm

23. To die : chết

Present Tense	chết
Continuous Tense	*đang* chết
Past Tense	*đã* chết
Future Tense	*sẽ* chết
Perfect Tense	*vừa mới* chết

24. To do : làm

Present Tense	làm
Continuous Tense	*đang* làm
Past Tense	*đã* làm
Future Tense	*sẽ* làm
Perfect Tense	*vừa mới* làm

25. To drink : uống

Present Tense	uống
Continuous Tense	*đang* uống
Past Tense	*đã* uống
Future Tense	*sẽ* uống
Perfect Tense	*vừa mới* uống

26. To drive : lái xe

Present Tense	lái xe
Continuous Tense	**_đang_** lái xe
Past Tense	**_đã_** lái xe
Future Tense	**_sẽ_** lái xe
Perfect Tense	**_vừa mới_** lái xe

27. To eat : ăn

Present Tense ăn	Ăn
Continuous Tense	**_đang_** ăn
Past Tense	**_đã_** ăn
Future Tense	**_sẽ_** ăn
Perfect Tense	**_vừa mới_** ăn

28. To enter : đi vào

Present Tense	đi vào
Continuous Tense	**_đang_** đi vào
Past Tense	**_đã_** đi vào
Future Tense	**_sẽ_** đi vào
Perfect Tense	**_vừa mới_** đi vào

29. To exit : đi ra

Present Tense	đi ra
Continuous Tense	*đang* đi ra
Past Tense	*đã* đi ra
Future Tense	*sẽ* đi ra
Perfect Tense	*vừa mới* đi ra

30. To explain : giải thích

Present Tense	giải thích
Continuous Tense	*đang* giải thích
Past Tense	*đã* giải thích
Future Tense	*sẽ* giải thích
Perfect Tense	*vừa mới* giải thích

31. To fall : rơi, ngã

Present Tense	Ngã
Continuous Tense	*đang* ngã
Past Tense	*đã* ngã
Future Tense	*sẽ* ngã
Perfect Tense	*vừa mới* ngã

32. To feel : cảm thấy

Present Tense	cảm thấy
Continuous Tense	*đang* cảm thấy
Past Tense	*đã* cảm thấy
Future Tense	*sẽ* cảm thấy
Perfect Tense	*vừa mới* cảm thấy

33. To fight : đấu tranh, đánh nhau

Present Tense	đánh nhau
Continuous Tense	*đang* đánh nhau
Past Tense	*đã* đánh nhau
Future Tense	*sẽ* đánh nhau
Perfect Tense	*vừa mới* đánh nhau

34. To find : tìm thấy

Present Tense	tìm thấy
Continuous Tense	*đang* tìm thấy
Past Tense	*đã* tìm thấy
Future Tense	*sẽ* tìm thấy
Perfect Tense	*vừa mới* tìm thấy

35. To finish : hoàn thành

Present Tense	hoàn thành
Continuous Tense	*đang* hoàn thành
Past Tense	*đã* hoàn thành
Future Tense	*sẽ* hoàn thành
Perfect Tense	*vừa mới* hoàn thành

36. To fly : bay

Present Tense	Bay
Continuous Tense	*đang* bay
Past Tense	*đã* bay
Future Tense	*sẽ* bay
Perfect Tense	*vừa mới* bay

37. To forget : quên

Present Tense	quên
Continuous Tense	*đang* quên
Past Tense	*đã* quên
Future Tense	*sẽ* quên
Perfect Tense	*vừa mới* quên

38. To get up : đứng dậy, thức dậy

Present Tense	đứng dậy
Continuous Tense	**_đang_** đứng dậy
Past Tense	**_đã_** đứng dậy
Future Tense	**_sẽ_** đứng dậy
Perfect Tense	**_vừa mới_** đứng dậy

39. To give : đưa, cho

Present Tense	Đưa
Continuous Tense	**_đang_** đưa
Past Tense	**_đã_** đưa
Future Tense	**_sẽ_** đưa
Perfect Tense	**_vừa mới_** đưa

40. To go : đi

Present Tense	Đi
Continuous Tense	**_đang_** đi
Past Tense	**_đã_** đi
Future Tense	**_sẽ_** đi
Perfect Tense	**_vừa mới_** đi

41. To happen : xảy ra

Present Tense	xảy ra
Continuous Tense	*đang* xảy ra
Past Tense	*đã* xảy ra
Future Tense	*sẽ* xảy ra
Perfect Tense	*vừa mới* xảy ra

42. To have : có

Present Tense	Có
Continuous Tense	*đang* có
Past Tense	*đã* có
Future Tense	*sẽ* có
Perfect Tense	Vừa mới có

43. To hear : nghe thấy

Present Tense	Nghe thấy
Continuous Tense	*đang* nghe thấy
Past Tense	*đã* nghe thấy
Future Tense	*sẽ* nghe thấy
Perfect Tense	*vừa mới* nghe thấy

44. To help : giúp đỡ

Present Tense	giúp đỡ
Continuous Tense	**_đang_** giúp đỡ
Past Tense	**_đã_** giúp đỡ
Future Tense	**_sẽ_** giúp đỡ
Perfect Tense	**_vừa mới_** giúp đỡ

45. To hold : cầm, nắm, giữ

Present Tense	cầm
Continuous Tense	**_đang_** cầm
Past Tense	**_đã_** cầm
Future Tense	**_sẽ_** cầm
Perfect Tense	**_vừa mới_** cầm

46. To increase : tăng

Present Tense	tăng
Continuous Tense	**_đang_** tăng
Past Tense	**_đã_** tăng
Future Tense	**_sẽ_** tăng
Perfect Tense	**_vừa mới_** tăng

47. To introduce : giới thiệu

Present Tense	giới thiệu
Continuous Tense	**_đang_** giới thiệu
Past Tense	**_đã_** giới thiệu
Future Tense	**_sẽ_** giới thiệu
Perfect Tense	**_vừa mới_** giới thiệu

48. To invite : mời

Present Tense	mời
Continuous Tense	**_đang_** mời
Past Tense	**_đã_** mời
Future Tense	**_sẽ_** mời
Perfect Tense	**_vừa mới_** mời

49. To kill : giết

Present Tense	giết
Continuous Tense	**_đang_** giết
Past Tense	**_đã_** giết
Future Tense	**_sẽ_** giết
Perfect Tense	**_vừa mới_** giết

50. To kiss : hôn

Present Tense	hôn
Continuous Tense	*đang* hôn
Past Tense	*đã* hôn
Future Tense	*sẽ* hôn
Perfect Tense	*vừa mới* hôn

51. To know : biết

Present Tense	biết
Continuous Tense	*đang* biết
Past Tense	*đã* biết
Future Tense	*sẽ* biết
Perfect Tense	*vừa mới* biết

52. To laugh : cười

Present Tense	cười
Continuous Tense	*đang* cười
Past Tense	*đã* cười
Future Tense	*sẽ* cười
Perfect Tense	*vừa mới* cười

53. To learn : học

Present Tense	học
Continuous Tense	*đang* học
Past Tense	*đã* học
Future Tense	*sẽ* học
Perfect Tense	*vừa mới* học

54. To lie down : nằm xuống

Present Tense	nằm xuống
Continuous Tense	*đang* nằm xuống
Past Tense	*đã* nằm xuống
Future Tense	*sẽ* nằm xuống
Perfect Tense	*vừa mới* nằm

55. To like : thích

Present Tense	thích
Continuous Tense	*đang* thích
Past Tense	*đã* thích
Future Tense	*sẽ* thích
Perfect Tense	*vừa mới*thích

56. To listen : nghe

Present Tense	nghe
Continuous Tense	*đang* nghe
Past Tense	*đã* nghe
Future Tense	*sẽ* nghe
Perfect Tense	*vừa mới* nghe

57. To live : sống

Present Tense	sống
Continuous Tense	*đang* sống
Past Tense	*đã* sống
Future Tense	*sẽ* sống
Perfect Tense	*vừa mới* sống

58. To lose : mất

Present Tense	mất
Continuous Tense	*đang* mất
Past Tense	*đã* mất
Future Tense	*sẽ* mất
Perfect Tense	*vừa mới* mất

59. To love : yêu

Present Tense	yêu
Continuous Tense	*đang* yêu
Past Tense	*đã* yêu
Future Tense	*sẽ* yêu
Perfect Tense	*vừa mới* yêu

60. To meet : gặp

Present Tense	gặp
Continuous Tense	*đang* gặp
Past Tense	*đã* gặp
Future Tense	*sẽ* gặp
Perfect Tense	*vừa mới* gặp

61. To need : cần

Present Tense	cần
Continuous Tense	*đang* cần
Past Tense	*đã* cần
Future Tense	*sẽ* cần
Perfect Tense	*vừa mới* cần

62. To notice : để ý, chú ý

Present Tense	chú ý
Continuous Tense	*đang* chú ý
Past Tense	*đã* chú ý
Future Tense	*sẽ* chú ý
Perfect Tense	*vừa mới* chú ý

63. To open : mở

Present Tense	mở
Continuous Tense	*đang* mở
Past Tense	*đã* mở
Future Tense	*sẽ* mở
Perfect Tense	*vừa mới* mở

64. To play : chơi

Present Tense	chơi
Continuous Tense	*đang* chơi
Past Tense	*đã* chơi
Future Tense	*sẽ* chơi
Perfect Tense	*vừa mới* chơi

65. To put : đặt, để

Present Tense	đặt
Continuous Tense	*đang* đặt
Past Tense	*đã* đặt
Future Tense	*sẽ* đặt
Perfect Tense	*vừa mới* đặt

66. To read : đọc

Present Tense	đọc
Continuous Tense	*đang* đọc
Past Tense	*đã* đọc
Future Tense	*sẽ* đọc
Perfect Tense	*vừa mới* đọc

67. To receive : nhận

Present Tense	nhận
Continuous Tense	*đang* nhận
Past Tense	*đã* nhận
Future Tense	*sẽ* nhận
Perfect Tense	*vừa mới* nhận

68. To remember : nhớ

Present Tense	nhớ
Continuous Tense	**_đang_** nhớ
Past Tense	**_đã_** nhớ
Future Tense	**_sẽ_** nhớ
Perfect Tense	**_vừa mới_** nhớ

69. To repeat : lặp lại

Present Tense	lặp lại
Continuous Tense	**_đang_** lặp lại
Past Tense	**_đã_** lặp lại
Future Tense	**_sẽ_** lặp lại
Perfect Tense	**_vừa mới_** lặp lại

70. To return : trở về, trả lại

Present Tense	trở về
Continuous Tense	**_đang_** trở về
Past Tense	**_đã_** trở về
Future Tense	**_sẽ_** trở về
Perfect Tense	**_vừa mới_** trở về

71. To run : chạy

Present Tense	chạy
Continuous Tense	*đang* chạy
Past Tense	*đã* chạy
Future Tense	*sẽ* chạy
Perfect Tense	*vừa mới* chạy

72. To say : nói

Present Tense	nói
Continuous Tense	*đang* nói
Past Tense	*đã* nói
Future Tense	*sẽ* nói
Perfect Tense	*vừa mới* nói

73. To scream : hét, gào

Present Tense	hét
Continuous Tense	*đang* hét
Past Tense	*đã* hét
Future Tense	*sẽ* hét
Perfect Tense	*vừa mới* hét

74. To see : nhìn thấy

Present Tense	nhìn thấy
Continuous Tense	**đang** nhìn thấy
Past Tense	**đã** nhìn thấy
Future Tense	**sẽ** nhìn thấy
Perfect Tense	**vừa mới** nhìn thấy

75. To seem : có vẻ như

Present Tense	có vẻ như
Continuous Tense	có vẻ như **đang**
Past Tense	có vẻ như **đã**
Future Tense	có vẻ như **sẽ**
Perfect Tense	có vẻ như **vừa mới**

76. To sell : bán

Present Tense	Bán
Continuous Tense	**đang** bán
Past Tense	**đã** bán
Future Tense	**sẽ** bán

Perfect Tense	_**vừa mới**_ bán

77. To send : gửi

Present Tense	gửi
Continuous Tense	_**đang**_ gửi
Past Tense	_**đã**_ gửi
Future Tense	_**sẽ**_ gửi
Perfect Tense	_**vừa mới**_ gửi

78. To show : cho xem, cho thấy

Present Tense	cho xem
Continuous Tense	_**đang**_ cho xem
Past Tense	_**đã**_ cho xem
Future Tense	_**sẽ**_ cho xem
Perfect Tense	_**vừa mới**_ cho xem

79. To sing : hát

Present Tense	Hát
Continuous Tense	_**đang**_ hát
Past Tense	_**đã**_ hát

Future Tense	*sẽ* hát
Perfect Tense	*vừa mới* hát

80. To sit down : ngồi xuống

Present Tense	ngồi xuống
Continuous Tense	*đang* ngồi xuống
Past Tense	*đã* ngồi xuống
Future Tense	*sẽ* ngồi xuống
Perfect Tense	*vừa mới* ngồi xuống

81. To sleep : ngủ

Present Tense	ngủ
Continuous Tense	*đang* ngủ
Past Tense	*đã* ngủ
Future Tense	*sẽ* ngủ
Perfect Tense	*vừa mới* ngủ

82. To smile : mỉm cười

Present Tense	mỉm cười
Continuous Tense	*đang* mỉm cười

Past Tense	*đã* mỉm cười
Future Tense	*sẽ* mỉm cười
Perfect Tense	***vừa mới*** mỉm cười

83. To speak : nói

Present Tense	Nói
Continuous Tense	*đang* nói
Past Tense	*đã* nói
Future Tense	*sẽ* nói
Perfect Tense	***vừa mới*** nói

84. To stand : đứng

Present Tense	đứng
Continuous Tense	*đang* đứng
Past Tense	*đã* đứng
Future Tense	*sẽ* đứng
Perfect Tense	***vừa mới*** đứng

85. To start : bắt đầu

Present Tense	bắt đầu

Continuous Tense	*đang* bắt đầu
Past Tense	*đã* bắt đầu
Future Tense	*sẽ* bắt đầu
Perfect Tense	*vừa mới* bắt đầu

86. To stay : ở

Present Tense	ở
Continuous Tense	*đang* ở
Past Tense	*đã* ở
Future Tense	*sẽ* ở
Perfect Tense	*vừa mới* ở

87. To take : cầm, nắm, lấy

Present Tense	lấy
Continuous Tense	*đang* lấy
Past Tense	*đã* lấy
Future Tense	*sẽ* lấy
Perfect Tense	*vừa mới* lấy

88. To talk : nói chuyện

Present Tense	nói chuyện
Continuous Tense	*đang* nói chuyện
Past Tense	*đã* nói chuyện
Future Tense	*sẽ* nói chuyện
Perfect Tense	*vừa mới* nói chuyện

89. To teach : dạy

Present Tense	dạy
Continuous Tense	*đang* dạy
Past Tense	*đã* dạy
Future Tense	*sẽ* dạy
Perfect Tense	*vừa mới* dạy

90. To think : suy nghĩ

Present Tense	suy nghĩ
Continuous Tense	*đang* suy nghĩ
Past Tense	*đã* suy nghĩ
Future Tense	*sẽ* suy nghĩ
Perfect Tense	*vừa mới* suy nghĩ

91. To touch : chạm, tiếp xúc

Present Tense	chạm
Continuous Tense	**_đang_** chạm
Past Tense	**_đã_** chạm
Future Tense	**_sẽ_** chạm
Perfect Tense	**_vừa mới_** chạm

92. To travel : đi du lịch, di chuyển

Present Tense	đi du lịch
Continuous Tense	**_đang_** đi du lịch
Past Tense	**_đã_** đi du lịch
Future Tense	**_sẽ_** đi du lịch
Perfect Tense	**_vừa mới_** đi du lịch

93. To understand : hiểu

Present Tense	hiểu
Continuous Tense	**_đang_** hiểu
Past Tense	**_đã_** hiểu
Future Tense	**_sẽ_** hiểu
Perfect Tense	**_vừa mới_** hiểu

94. To use : sử dụng

Present Tense	sử dụng
Continuous Tense	**_đang_** sử dụng
Past Tense	**_đã_** sử dụng
Future Tense	**_sẽ_** sử dụng
Perfect Tense	**_vừa mới_** sử dụng

95. To wait : đợi, chờ đợi

Present Tense	đợi
Continuous Tense	**_đang_** đợi
Past Tense	**_đã_** đợi
Future Tense	**_sẽ_** đợi
Perfect Tense	**_vừa mới_** đợi

96. To walk : đi dạo, đi bộ

Present Tense	đi bộ
Continuous Tense	**_đang_** đi bộ
Past Tense	**_đã_** đi bộ
Future Tense	**_sẽ_** đi bộ
Perfect Tense	**_vừa mới_** đi bộ

97. To want : muốn

Present Tense	muốn
Continuous Tense	**_đang_** muốn
Past Tense	**_đã_** muốn
Future Tense	**_sẽ_** muốn
Perfect Tense	**_vừa mới_** muốn

98. To watch : xem

Present Tense	Xem
Continuous Tense	**_đang_** xem
Past Tense	**_đã_** xem
Future Tense	**_sẽ_** xem
Perfect Tense	**_vừa mới_** xem

99. To win : thắng

Present Tense	thắng
Continuous Tense	**_đang_** thắng
Past Tense	**_đã_** thắng
Future Tense	**_sẽ_** thắng
Perfect Tense	**_vừa mới_** thắng

100.   To work : làm việc

Present Tense	làm việc
Continuous Tense	*đang* làm việc
Past Tense	*đã* làm việc
Future Tense	*sẽ* làm việc
Perfect Tense	*vừa mới* làm việc

101.   To write : viết

Present Tense	viết
Continuous Tense	*đang* viết
Past Tense	*đã* viết
Future Tense	*sẽ* viết
Perfect Tense	*vừa mới* viết

www.ingramcontent.com/pod-product-compliance
Lightning Source LLC
Chambersburg PA
CBHW081547040426
42448CB00015B/3252